U.S. Citizenship
Study Guide - Vietnamese
2018 Update
100 QUESTIONS YOU NEED TO KNOW

U.S. Citizenship
Study Guide – Vietnamese
2018 Update
100 QUESTIONS YOU NEED TO KNOW

By

Jeffrey B. Harris M.Ed

•YONAH PUBLISHING•

U.S. Citizenship Study Guide -Vietnamese: 100 Questions You Need to Know -2018 Update

By Jeffrey B. Harris

Copyright © June 2016
Alpharetta, Georgia

Introduction

In order to become a citizen of the United States, there are four tests that you must pass:

1. Speaking Test
2. Reading test
3. Writing test
4. Civics test

Guess which one this book pertains to? Yes, civics. There are 100 potential questions that will be asked on the civics portion of the naturalization test. Usually, only 10 questions are asked, and you must answer 6 correctly. This book is set up to act as a study guide. The first half contains the questions and the second half contains the answers. You should write down the answer in the space provided once you truly know it. Good luck!

Also, the translation of this book was done with the help of Google Translate.

Giới thiệu

Để trở thành một công dân Hoa Kỳ, có bốn bài kiểm tra mà bạn phải vượt qua:

1. Phát biểu thử nghiệm

2. Kiểm tra Bài Đọc

3. Kiểm tra Viết

4. Kiểm tra Giáo dục Công dân

Đoán một cuốn sách này liên quan đến? Có, giáo dục công dân.

Có 100 câu hỏi tiềm năng sẽ được hỏi về phần giáo dục công dân của các thử nghiệm nhập tịch. Thông thường, chỉ có 10 câu hỏi được hỏi, và bạn phải trả lời 6 cách chính xác. Cuốn sách này được thiết lập để hoạt động như một hướng dẫn nghiên cứu. Nửa đầu tiên chứa các câu hỏi và nửa thứ hai chứa các câu trả lời. Bạn nên viết ra những câu trả lời trong không gian được cung cấp khi bạn thực sự biết điều đó. Chúc may mắn!

Ngoài ra, bản dịch của cuốn sách này đã được thực hiện với sự giúp đỡ của Google Translate.

1
What is considered the supreme law of the land?

2
What is the function of the Constitution?

3
What are the first three words of the constitution, that represent the idea of self-government?

4
What's an amendment?

5
What are the first ten amendments to the Constitution called?

6
What is one freedom from the First Amendment?

7
How many amendments are in the Constitution?

8
What did the Declaration of Independence do?

9
What are three rights in the Declaration of Independence?

10
What is freedom of religion?

11
What is the economic system in the United States?

12
What is the "rule of law"?

13
NAME A BRANCH OF THE U.S. GOVERNMENT.

14
WHAT STOPS A BRANCH OF GOVERNMENT FROM BECOMING TOO POWERFUL?

15
WHO RUNS THE EXECUTIVE BRANCH?

16
WHO MAKES FEDERAL LAWS?

17
WHAT ARE THE TWO PARTS OF THE U.S. CONGRESS?

18
HOW MANY U.S. SENATORS ARE THERE?

19
A U.S. SENATOR IS ELECTED FOR HOW MANY YEARS?

20
WHO IS ONE OF YOUR STATE'S U.S. SENATORS NOW?

21
HOW MANY VOTING MEMBERS ARE IN THE HOUSE OF REPRESENTATIVES?

22
A U.S. REPRESENTATIVE IS ELECTED FOR HOW MANY YEARS?

23
NAME A U.S. REPRESENTATIVE FROM YOUR STATE.

24
WHO DOES A U.S. SENATOR REPRESENT?

25
Why do some states have more Representatives than other states?

26
A President is elected for how many years?

27
What month do we vote for President?

28
Who is the President of the United States now?

29
Who is the Vice President of the United States now?

30
If the President can no longer serve, who becomes President?

31
Who will become president if both the President and the Vice President can no longer serve?

32
Who is the Commander in Chief of the military?

33
Who signs bills to become laws?

34
Who vetoes bills?

35
What does the President's Cabinet do?

36
What are two Cabinet-level positions?

37
WHAT DOES THE JUDICIAL BRANCH DO?

38
WHAT IS THE HIGHEST COURT IN THE UNITED STATES?

39
HOW MANY JUSTICES ARE ON THE SUPREME COURT?

40
WHO IS THE CHIEF JUSTICE OF THE UNITED STATES NOW?

41
UNDER OUR CONSTITUTION, SOME POWERS BELONG TO THE FEDERAL GOVERNMENT. WHAT IS ONE POWER OF THE FEDERAL GOVERNMENT?

42
UNDER OUR CONSTITUTION, SOME POWERS BELONG TO THE STATES. WHAT IS ONE POWER OF THE STATES?

43
WHO IS THE GOVERNOR OF YOUR STATE NOW?

44
WHAT IS THE CAPITAL OF YOUR STATE?

45
WHAT ARE THE TWO MAJOR POLITICAL PARTIES IN THE UNITED STATES?

46
WHAT IS THE POLITICAL PARTY OF THE PRESIDENT NOW?

47
WHAT IS THE NAME OF THE SPEAKER OF THE HOUSE OF REPRESENTATIVES NOW?

48
THERE ARE FOUR AMENDMENTS TO THE CONSTITUTION ABOUT WHO CAN VOTE. DESCRIBE ONE OF THEM.

49
WHAT IS ONE RESPONSIBILITY THAT IS ONLY FOR UNITED STATES CITIZENS?

50
NAME ONE RIGHT ONLY FOR UNITED STATES CITIZENS.

51
WHAT ARE TWO RIGHTS OF EVERYONE LIVING IN THE UNITED STATES?

52
WHAT DO WE SHOW LOYALTY TO WHEN WE SAY THE PLEDGE OF ALLEGIANCE?

53
WHAT IS ONE PROMISE YOU MAKE WHEN YOU BECOME A UNITED STATES CITIZEN?

54
HOW OLD DO CITIZENS HAVE TO BE TO VOTE FOR PRESIDENT?

55
WHAT ARE TWO WAYS THAT AMERICANS CAN PARTICIPATE IN THEIR DEMOCRACY?

56
WHEN IS THE LAST DAY YOU CAN SEND IN FEDERAL INCOME TAX FORMS?

57
WHEN MUST ALL MEN REGISTER FOR THE SELECTIVE SERVICE?

58
WHAT IS ONE REASON COLONISTS CAME TO AMERICA?

59
WHO LIVED IN AMERICA BEFORE THE EUROPEANS ARRIVED?

60
WHAT GROUP OF PEOPLE WAS TAKEN TO AMERICA AND SOLD AS SLAVES?

61
WHY DID THE COLONISTS FIGHT THE BRITISH?

62
WHO WROTE THE DECLARATION OF INDEPENDENCE?

63
WHEN WAS THE DECLARATION OF INDEPENDENCE ADOPTED?

64
THERE WERE 13 ORIGINAL STATES. NAME THREE.

65
WHAT HAPPENED AT THE CONSTITUTIONAL CONVENTION?

66
WHEN WAS THE CONSTITUTION WRITTEN?

67
THE FEDERALIST PAPERS SUPPORTED THE PASSAGE OF THE U.S. CONSTITUTION. NAME THE WRITERS.

68
WHAT IS SOMETHING BENJAMIN FRANKLIN IS FAMOUS FOR?

69
WHO IS THE "FATHER OF OUR COUNTRY"?

70
Who was the first President?

71
What territory did the United States buy from France in 1803?

72
Name a war fought by the United States in the 1800s.

73
Name the U.S. war between the North and the South.

74
Name a problem that led to the Civil War.

75
What was an important thing that Abraham Lincoln did?

76
What did the Emancipation Proclamation do?

77
What did Susan B. Anthony do?

78
Name a war fought by the United States in the 1900s.

79
Who was President during World War I?

80
Who was President during the Great Depression and World War II?

81
Who did the United States fight in World War II?

82
Before he was President, Eisenhower was a general. What war was he in?

83
During the Cold War, what was the main concern of the United States?

84
What movement tried to end racial discrimination?

85
What did Martin Luther King, Jr. do?

86
What major event happened on September 11, 2001, in the United States?

87
Name one American Indian tribe in the United States.

88
Name the two longest rivers in the United States.

89
What ocean is on the West Coast of the United States?

90
What ocean is on the East Coast of the United States?

91
Name a U.S. territory.

92
Name a state that borders Canada.

93
Name a state that borders Mexico.

94
What is the capital of the United States?

95
Where is the Statue of Liberty?

96
Why does the flag have 13 stripes?

97
Why does the flag have 50 stars?

98
What is the name of the national anthem?

99
When do we celebrate Independence Day?

100
Name two national U.S. holidays.

13
ĐẶT TÊN CHO MỘT CHI NHÁNH CỦA CHÍNH PHỦ HOA KỲ.

14
ĐIỀU GÌ TRÁNH MỘT CHI NHÁNH CỦA CHÍNH PHỦ TRỞ NÊN QUÁ MẠNH?

15
AI CHẠY NGÀNH HÀNH PHÁP?

16
AI LÀM LUẬT LIÊN BANG?

17
HAI PHẦN CỦA QUỐC HỘI HOA KỲ LÀ GÌ?

18
LÀM THẾ NÀO NHIÊU THƯỢNG NGHỊ SĨ HOA KỲ ĐANG CÓ?

19
MỘT THƯỢNG NGHỊ SĨ HOA KỲ ĐƯỢC BẦU LÀM CHO BAO NHIÊU NĂM?

20
MỘT TRONG NHỮNG THƯỢNG NGHỊ SĨ HOA KỲ CỦA TIỂU BANG CỦA BẠN BÂY GIỜ LÀ AI?

21
LÀM THẾ NÀO NHIỀU THÀNH VIÊN BỎ PHIẾU TRONG HẠ VIỆN?

22
MỘT ĐẠI DIỆN CỦA HOA KỲ ĐƯỢC BẦU LÀM CHO BAO NHIÊU NĂM?

23
ĐẶT TÊN CHO MỘT ĐẠI DIỆN CỦA HOA KỲ TỪ TRẠNG THÁI CỦA BẠN.

36
HAI VỊ TRÍ NỘI CÁC CẤP LÀ GÌ?

37
NGÀNH TƯ PHÁP LÀM GÌ?

38
TÒA ÁN CAO NHẤT TẠI HOA KỲ LÀ GÌ?

39
CÓ BAO NHIÊU THẨM PHÁN Ở TÒA ÁN TỐI CAO?

40
CHÁNH HOA KỲ LÀ AI BÂY GIỜ?

41
THEO HIẾN PHÁP CỦA CHÚNG TÔI, CÓ MỘT SỐ QUYỀN CHO CHÍNH PHỦ LIÊN BANG. MỘT QUYỀN LỰC CỦA CHÍNH PHỦ LIÊN BANG LÀ GÌ?

42
THEO HIẾN PHÁP CỦA CHÚNG TÔI, CÓ MỘT SỐ QUYỀN CÁC TIỂU BANG. MỘT TRONG NHỮNG QUYỀN ĐÓ LÀ GÌ?

43
THỐNG ĐỐC TIỂU BANG CỦA BẠN BÂY GIỜ?

44
THỦ ĐÔ CỦA TIỂU BANG CỦA BẠN LÀ GÌ?

45
HAI ĐẢNG CHÍNH TRỊ LỚN Ở HOA KỲ LÀ GÌ?

46
ĐẢNG CỦA TỔNG THỐNG HIỆN NAY LÀ GÌ?

47
TÊN CỦA TỊCH HẠ VIỆN HIỆN LÀ GÌ?

48
CÓ BỐN TU CHÍNH ÁN HIẾN PHÁP VỀ QUYỀN ĐI BẦU. MÔ TẢ MỘT TRONG SỐ HỌ.

49
MỘT TRÁCH NHIỆM MÀ CHỈ DÀNH CHO CÁC CÔNG DÂN HOA KỲ LÀ GÌ?

50
ĐẶT TÊN CHO MỘT TRONG NHỮNG QUYỀN CHO CÔNG DÂN HOA KỲ.

51
HAI QUYỀN CỦA TẤT CẢ MỌI NGƯỜI SỐNG Ở HOA KỲ LÀ GÌ?

52
CHÚNG TA CHỨNG TỎ LÒNG TRUNG THÀNH VỚI NHỮNG GÌ KHI CHÚNG TA NÓI PLEDGE OF ALLEGIANCE?

53
MỘT LỜI HỨA CỦA BẠN KHI BẠN TRỞ THÀNH MỘT CÔNG DÂN HOA KỲ LÀ GÌ?

54
BAO NHIÊU TUỔI CÔNG DÂN MỚI ĐƯỢC BỎ PHIẾU CHO TỔNG THỐNG?

55
HAI CÁCH MÀ NGƯỜI MỸ CÓ THỂ THAM GIA VÀO NỀN DÂN CHỦ LÀ GÌ?

56
NGÀY NÀO LÀ NGÀY CUỐI CÙNG BẠN CÓ THỂ GỬI NHỮNG MẪU THUẾ THU NHẬP LIÊN BANG?

57
KHI TẤT CẢ MỌI NGƯỜI PHẢI ĐĂNG KÝ QUÂN DỊCH?

81
AI ĐÃ LÀM CUỘC CHIẾN HOA KỲ TRONG CHIẾN TRANH THẾ GIỚI II?

82
TRƯỚC KHI TRỞ THÀNH TỔNG THỐNG, EISENHOWER LÀ TƯỚNG. ÔNG TA ĐÁNH TRẬN Ở?

83
TRONG CHIẾN TRANH LẠNH, QUAN TÂM CHÍNH CỦA HOA KỲ LÀ GÌ?

84
PHONG TRÀO NÀO ĐÃ CỐ GẮNG ĐỂ CHẤM DỨT SỰ PHÂN BIỆT CHỦNG TỘC?

85
ÔNG MARTIN LUTHER KING, JR. ĐÃ LÀM GÌ?

86
BIẾN CỐ LỚN XẢY RA VÀO 11 THÁNG 9 NĂM 2001, TẠI HOA KỲ?

87
TÊN MỘT BỘ LẠC DA ĐỎ TẠI HOA KỲ.

88
ĐẶT TÊN CHO HAI CON SÔNG DÀI NHẤT Ở HOA KỲ.

89
BIỂN NÀO Ở BỜ BIỂN PHÍA TÂY CỦA HOA KỲ?

90
BIỂN NÀO Ở BỜ BIỂN PHÍA ĐÔNG CỦA HOA KỲ?

91
ĐẶT TÊN CHO MỘT VÙNG LÃNH THỔ HOA KỲ.

Answers

1
The Constitution

2
Sets up the government

Defines the government

Protects basic rights of Americans

3
We the People

4
A change or addition to the Constitution

5
The Bill of Rights

6
Speech

Religion

Assembly

Press

Petition the government

7
Twenty-seven

8
Said that the United States is free from Great Britain

9
Life

Liberty

Pursuit of happiness

10
You can practice (or not practice) any religion.

11
Capitalist or market economy

12
Everyone (including the Government) must follow the law.

13
Legislative

Executive

Judicial

14

Checks and balances

Separation of powers

15

The President

16

Congress

Senate and House of Representatives

U.S. legislature

17

Senate and House of Representatives

18

One hundred

19

Six

20

Answers will vary.

21

Four hundred thirty-five

22

Two

23

Answers will vary. See Appendix.

24

All people of the state

25

Because of the state's population

26

Four

27

November

28

Barack Obama

29
Joseph R. Biden, Jr.
30
The Vice President
31
The Speaker of the House
32
The President
33
The President
34
The President
35
Advises the President
36
Secretary of Agriculture
Secretary of Commerce
Secretary of Defense
Secretary of Education
Secretary of Energy
Secretary of Health and Human Services
Secretary of Homeland Security
Secretary of Housing and Urban Development
Secretary of the Interior
Secretary of Labor
Secretary of State
Secretary of Transportation
Secretary of the Treasury
Secretary of Veterans Affairs
Attorney General
Vice President
37
Reviews laws
Explains laws
Resolves disagreements
Decides if a law goes against the Constitution

38

The Supreme Court

39

Nine

40

John Roberts (John G. Roberts, Jr.)

41

To print money

To declare war

To create an army

To make treaties

42

Provide schooling and education

Provide protection (police)

Provide safety (fire departments)

Give a driver's license

Approve zoning and land use

43

Answers will vary.

44

Answers will vary.

45

Democratic and Republican

46

Democratic

47

Paul D. Ryan

48

Citizens eighteen (18) and older can vote.

You don't have to pay a poll tax to vote.

Any citizen can vote.

A male citizen of any race can vote.

49

Serve on a jury

Vote in a federal election

50
Vote in a federal election
Run for federal office
51
Freedom of expression
Freedom of speech
Freedom of assembly
Freedom to petition the government
Freedom of religion
The right to bear arms
52
The United States
The flag
53
Give up loyalty to other countries
Defend the Constitution and laws of the U.S
Obey the laws of the United States
Serve in the U.S. military
Serve the nation
Be loyal to the United States
54
Eighteen (18) and older
55
Vote
Join a political party
Help with a campaign
Join a civic group
Join a community group
Give an elected official your opinion on an issue
Call Senators and Representatives
Publicly support or oppose an issue or policy
Run for office
Write to a newspaper
56
April 15

57

At age eighteen

Between eighteen and twenty-six

58

Freedom

Political liberty

Religious freedom

Economic opportunity

Practice their religion

Escape persecution

59

American Indians

Native Americans

60

Africans

People from Africa

61

Because of high taxes (taxation without representation)

Because the British army stayed in their houses (boarding, quartering)

Because they didn't have self-government

62

(Thomas) Jefferson

63

July 4, 1776

64

New Hampshire

Massachusetts

Rhode Island

Connecticut

New York

New Jersey

Pennsylvania

Delaware

Maryland

Virginia

North Carolina
South Carolina
Georgia
65
The Constitution was written.
The Founding Fathers wrote the Constitution.
66
1787
67
James Madison
Alexander Hamilton
John Jay
Publius
68
U.S. diplomat
Oldest member of the Constitutional Convention
First Postmaster General of the United States
Writer of "Poor Richard's Almanac"
Started the first free libraries
69
George Washington
70
George Washington

71
The Louisiana Territory
Louisiana
72
War of 1812
Mexican-American War
Civil War
Spanish-American War
73
The Civil War
The War Between the States

74
Slavery
Economic reasons
States' rights
75
Freed the slaves
Preserved the Union
Led the United States during the Civil War
76
Freed slaves in the Confederacy
Freed slaves in the Confederate states
Freed slaves in most Southern states
77
Fought for women's rights
Fought for civil rights
78
World War I
World War II
Korean War
Vietnam War
(Persian) Gulf War
79
Woodrow Wilson
80
Franklin Roosevelt
81
Japan, Germany, and Italy
82
World War II
83
Communism
84
Civil rights (movement)
85
Fought for civil rights
Worked for equality for all Americans

86
Terrorists attacked the United States.
87
Cherokee
Navajo
Sioux
Chippewa
Choctaw
Pueblo
Apache
Iroquois
Creek
Blackfeet
Seminole
Cheyenne
Arawak
Shawnee
Mohegan
Huron
Oneida
Lakota
Crow
Teton
Hopi
Inuit
88
Missouri (River)
Mississippi (River)
89
Pacific (Ocean)
90
Atlantic (Ocean)
91
Puerto Rico
U.S. Virgin Islands
American Samoa

Northern Mariana Islands
Guam
92
Maine
New Hampshire
Vermont
New York
Pennsylvania
Ohio
Michigan
Minnesota
North Dakota
Montana
Idaho
Washington
Alaska
93
California
Arizona
New Mexico
Texas
94
Washington, D.C.
95
New York (Harbor)
Liberty Island
96
Because there were 13 original colonies
Because the stripes represent the original colonies
97
Because there is one star for each state
Because each star represents a state
Because there are 50 states
98
The Star-Spangled Banner

99
July 4
100
New Year's Day
Martin Luther King, Jr. Day
Presidents' Day
Memorial Day
Independence Day
Labor Day
Columbus Day
Veterans Day
Thanksgiving
Christmas

câu trả lời

1
Hiến pháp
2
Thiết lập chính phủ
Xác định chính phủ
Bảo vệ quyền cơ bản của người Mỹ
3
Chúng tôi những người
4
Một sự thay đổi hoặc bổ sung vào Hiến pháp
5
Tuyên ngôn Nhân quyền
6
Phát biểu
tôn giáo
hội
nhấn
Khiếu kiện chính phủ
7
Hai mươi bảy
số 8
Nói rằng Hoa Kỳ là miễn phí từ Vương quốc Anh
9
Đời sống
quyền tự do
Theo đuổi hạnh phúc
10
Bạn có thể thực hành (hoặc không thực hành) tôn giáo nào.
11
nền kinh tế tư bản chủ nghĩa hoặc thị trường
12
Tất cả mọi người (bao gồm cả Chính phủ) phải tuân theo pháp
luật.

13
Lập pháp
Điều hành
Tư pháp
14
Kiểm tra và cân bằng
Phân chia quyền lực
15
Tổng thống
16
Hội nghị
Thượng viện và Hạ viện
cơ quan lập pháp Hoa Kỳ
17
Thượng viện và Hạ viện
18
Một trăm
19
Sáu
20
Các câu trả lời sẽ khác nhau.
21
Bốn trăm ba mươi lăm
22
Hai
23
Các câu trả lời sẽ khác nhau. Xem Phụ lục.
24
Tất cả người dân của bang
25
Do dân số của bang
26
Bốn
27
tháng mười một

28
Barack Obama
29
Joseph R. Biden, Jr.
30
Các Phó Chủ tịch
31
Người phát ngôn của Nhà
32
Tổng thống
33
Tổng thống
34
Tổng thống
35
Cố vấn của Tổng thống
36
Bộ trưởng Nông nghiệp
Bộ trưởng Thương mại
Bộ trưởng Quốc phòng
Bộ trưởng Giáo dục
Bộ trưởng Năng lượng
Bộ trưởng Y tế và Nhân
Bộ trưởng An ninh Nội địa
Bộ trưởng Phát triển Nhà và Đô thị
Bộ trưởng Nội vụ
Bộ trưởng Lao động
Bộ trưởng Ngoại giao
Bộ trưởng Giao thông Vận tải
Bộ trưởng Tài chính
Bộ trưởng Cựu chiến binh
quan chưởng lý
Phó Tổng Thống
37
luật đánh giá
giải thích pháp luật

Giải quyết bất đồng
Quyết định xem luật đi ngược lại Hiến pháp
38
Tòa án tối cao
39
chín
40
John Roberts (John G. Roberts, Jr.)
41
Để in tiền
Để tuyên chiến
Để tạo ra một đội quân
Để thực hiện điều ước quốc tế
42
Cung cấp trường học và giáo dục
Cung cấp bảo vệ (cảnh sát)
Cung cấp an toàn (cứu hỏa)
Hãy cho giấy phép lái xe
Phê duyệt quy hoạch và sử dụng đất
43
Các câu trả lời sẽ khác nhau.
44
Các câu trả lời sẽ khác nhau.
45
Dân chủ và đảng Cộng hòa
46
Dân chủ
47
Paul D. Ryan
48
Công dân mười tám (18) tuổi trở lên có thể bỏ phiếu.
Bạn không cần phải trả thuế bầu cử để bỏ phiếu.
Bất cứ công dân có thể bỏ phiếu.
Nam giới của chủng tộc nào có thể bỏ phiếu.
49
Phục vụ trong bồi thẩm đoàn

Bỏ phiếu trong cuộc bầu cử liên bang
50
Bỏ phiếu trong cuộc bầu cử liên bang
Chạy cho văn phòng liên bang
51
Tự do ngôn luận
Tự do ngôn luận
Tự do hội họp
Tự do để thỉnh cầu chính phủ
Tự do tôn giáo
Các quyền mang vũ khí
52
Hoa Kỳ
Lá cờ
53
Bỏ sự trung thành với các nước khác
Bảo vệ Hiến pháp và pháp luật của các thuộc Hoa Kỳ
Tuân thủ luật pháp của Hoa Kỳ
Phục vụ trong quân đội Mỹ
Phục vụ quốc gia
Trung thành với Hoa Kỳ
54
Mười tám (18) tuổi trở lên
55
Bỏ phiếu
Tham gia một đảng chính trị
Trợ giúp với một chiến dịch
Tham gia một nhóm công dân
Tham gia một nhóm cộng đồng
Hãy cho một viên chức dân cử ý kiến của bạn về một vấn đề
Gọi thượng nghị sĩ và đại diện
Công khai ủng hộ hay phản đối một vấn đề hoặc chính sách
Chạy đến văn phòng
Viết thư cho một tờ báo
56
15 Tháng 4

57

Ở tuổi mười tám

Từ mười tám hai mươi sáu

58

Sự tự do

tự do chính trị

tự do tôn giáo

cơ hội kinh tế

Thực hành tôn giáo của họ

thoát đàn áp

59

Người Ấn gốc Mỹ

Người Mỹ bản địa

60

Phi

Mọi người từ châu Phi

61

Bởi vì thuế cao (thuế mà không có người đại diện)

Bởi vì quân đội Anh ở trong nhà của họ (ở trọ,)

Bởi vì họ không có quyền tự trị

62

(Thomas) Jefferson

63

04 tháng 7 1776

64

Mới Hampshire

Massachusetts

đảo Rhode

Connecticut

Newyork

Áo mới

Pennsylvania

Delaware

Maryland

Virginia

bắc Carolina

phía Nam Carolina

Georgia

65

Hiến pháp được viết ra.

Các nhà lập quốc soạn thảo Hiến Pháp.

66

1787

67

James Madison

Alexander Hamilton

John Jay

Publius

68

nhà ngoại giao Hoa Kỳ

Thành viên già nhất của Hội nghị Lập hiến

Bưu Điện đầu tiên chung của Mỹ

Tác giả của cuốn "Poor Richard Almanac"

Bắt đầu các thư viện miễn phí đầu tiên

69

George Washington

70

George Washington

71

Lãnh thổ Louisiana

Louisiana

72

Chiến tranh năm 1812

Mexico-Mỹ

Nội chiến

Tây Ban Nha-Mỹ

73

Nội chiến

Chiến tranh giữa Hoa

74

Nô lệ

87
Cherokee
Navajo
Sioux
Chippewa
Choctaw
Pueblo
Apache
Iroquois
Lạch nhỏ
Blackfeet
Seminole
Cheyenne
Arawak
Shawnee
Mohegan
Huron
Oneida
lakota
con quạ
Teton
Hopi
Inuit
88
Missouri (sông)
Sông Mississippi)
89
Thái Bình Dương)
90
Đại Tây Dương (Dương)
91
Puerto Rico
Quần đảo Virgin, Mỹ
American Samoa
Quần đảo Bắc Mariana
Guam

92
Maine
Mới Hampshire
Vermont
Newyork
Pennsylvania
Ohio
Michigan
Minnesota
North Dakota
Montana
Idaho
Washington
Alaska
93
California
Arizona
New Mexico
Texas
94
Washington, DC
95
New York (Harbor)
Đảo Liberty
96
Bởi vì có 13 thuộc địa ban đầu
Bởi vì các sọc đại diện các thuộc địa ban đầu
97
Bởi vì có một ngôi sao cho mỗi tiểu bang
Bởi vì mỗi ngôi sao đại diện cho một nhà nước
Bởi vì có 50 tiểu bang
98
Ngôi sao Spangled Banner
99
ngày 04 tháng 7

100
Ngay đầu năm
Martin Luther King, Jr. ngày
Lê tô☐ng thông
ngày kỷ niệm
Ngày độc lập
Ngay lao đô☐ng
Ngày Columbus
ngày Cựu chiến binh
sự tạ ơn
Giáng Sinh

Appendix

20. List of U.S. Senators- subject to change

http://www.senate.gov/senators/contact/

23. List of U.S. Representatives- subject to change

http://www.house.gov/representatives/

43. List of State governors- subject to change

http://www.nga.org/cms/governors/bios

2018 Governors

Alabama- Kay Ivey
Alaska- Bill Walker
Arizona- Doug Ducey
Arkansas- Asa Hutchinson
California-Jerry Brown
Colorado- John Hickenlooper
Connecticut- Dannel Malloy
Delaware- John Carney
Florida- Rick Scott
Georgia- Nathan Deal
Hawaii- David Ige
Idaho- Butch Otter
Illinois- Bruce Rauner
Indiana- Eric Holcomb
Iowa- Kim Reynolds
Kansas- Sam Brownback
Kentucky- Matt Bevin
Louisiana- John Bel Edwards
Maine- Paul Lepage
Maryland- Larry Hogan
Massachusetts- Charlie Baker
Michigan- Rick Snyder
Minnesota- Mark Dayton
Mississippi- Phil Bryant
Missouri- Eric Greitens
Montana- Steve Bullock
Nebraska- Pete Ricketts
Nevada- Brian Sandoval
New Hampshire- Chris Sununu
New Jersey- Chris Christie
New Mexico- Susana Martinez
New York- Andrew Cuomo

North Carolina- Roy Cooper
North Dakota- Doug Burgum
Ohio- john Kasich
Oklahoma- Mary Fallin
Oregon- Kate Brown
Pennsylvania- Tom Wolf
Rhode Island- Gina Raimondo
South Carolina- Henry McMaster
South Dakota- Dennis Daugaard
Tennessee-Bill Haslam
Texas- Greg Abbott
Utah- Gary Herbert
Vermont- Phil Scott
Virginia- Terry McAuliffe
Washington-Jay Inslee
West Virginia- Jim Justice
Wisconsin- Scott Walker
Wyoming- Matt Mead

44. LIST OF STATE CAPITALS

ALABAMA - MONTGOMERY
ALASKA - JUNEAU
ARIZONA - PHOENIX
ARKANSAS - LITTLE ROCK
CALIFORNIA - SACRAMENTO
COLORADO - DENVER
CONNECTICUT - HARTFORD
DELAWARE - DOVER
FLORIDA - TALLAHASSEE
GEORGIA - ATLANTA

HAWAII - HONOLULU
IDAHO - BOISE
ILLINOIS - SPRINGFIELD
INDIANA - INDIANAPOLIS
IOWA - DES MOINES
KANSAS - TOPEKA
KENTUCKY - FRANKFORT
LOUISIANA - BATON ROUGE
MAINE - AUGUSTA
MARYLAND - ANNAPOLIS
MASSACHUSETTS - BOSTON
MICHIGAN - LANSING
MINNESOTA - ST. PAUL
MISSISSIPPI - JACKSON
MISSOURI - JEFFERSON CITY
MONTANA - HELENA
NEBRASKA - LINCOLN
NEVADA - CARSON CITY
NEW HAMPSHIRE - CONCORD
NEW JERSEY - TRENTON
NEW MEXICO - SANTA FE
NEW YORK - ALBANY
NORTH CAROLINA - RALEIGH
NORTH DAKOTA - BISMARCK
OHIO - COLUMBUS
OKLAHOMA - OKLAHOMA CITY
OREGON - SALEM
PENNSYLVANIA - HARRISBURG
RHODE ISLAND - PROVIDENCE
SOUTH CAROLINA - COLUMBIA
SOUTH DAKOTA - PIERRE
TENNESSEE - NASHVILLE
TEXAS - AUSTIN
UTAH - SALT LAKE CITY
VERMONT - MONTPELIER
VIRGINIA - RICHMOND
WASHINGTON - OLYMPIA
WEST VIRGINIA - CHARLESTON
WISCONSIN - MADISON
WYOMING — CHEYENNE

PHụ LụC

20. DANH SÁCH CủA HOA Kỳ SENATORS- THể THAY đổI

HTTP://WWW.SENATE.GOV/SENATORS/CONTACT/

23. DANH SÁCH CủA HOA Kỳ REPRESENTATIVES- THể THAY đổI

HTTP://WWW.HOUSE.GOV/REPRESENTATIVES/

43. DANH SÁCH CÁC đốI TượNG NHÀ NướC GOVERNORS- để THAY đổI

HTTP://WWW.NGA.ORG/CMS/GOVERNORS/BIOS

CPSIA information can be obtained
at www.ICGtesting.com
Printed in the USA
BVHW040224160119
537958BV00015B/163/P